Impressum
Verlag: BABADADA GmbH, Nedderfeld 112 , 22529 Hamburg
Geschäftsführer / Verlagsleitung: Harald Hof
Druck: Books on Demand GmbH, In de Tarpen 42, 22848 Norderstedt

Imprint
Publisher: BABADADA GmbH, Nedderfeld 112 , 22529 Hamburg, Germany
Managing Director / Publishing direction: Harald Hof
Print: Books on Demand GmbH, In de Tarpen 42, 22848 Norderstedt

shule

学校

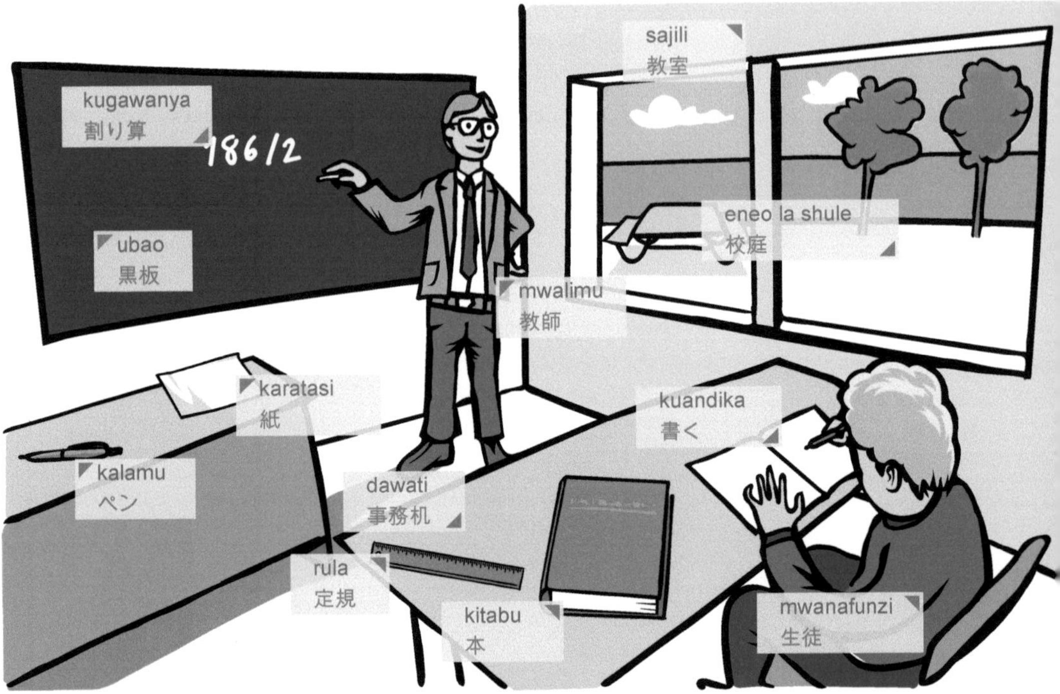

sajili
教室
kugawanya
割り算
186/2
ubao
黒板
eneo la shule
校庭
mwalimu
教師
karatasi
紙
kuandika
書く
kalamu
ペン
dawati
事務机
rula
定規
kitabu
本
mwanafunzi
生徒

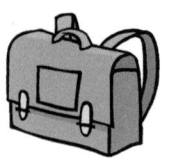

mkoba

ランドセル

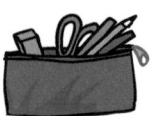

kikasha cha penseli

筆入れ

penseli

鉛筆

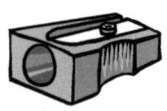

kichonga penseli

鉛筆削り

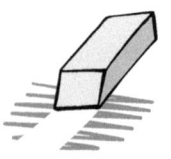

mpira

消しゴム

pedi ya kuchora

スケッチブック

uchoraji

スケッチ

brashi ya rangi

絵筆

sanduku la rangi

絵の具箱

mkasi

はさみ

gundi

接着剤

daftari

練習帳

kazi ya nyumbani

宿題

nambari

数

jumlisha

足し算

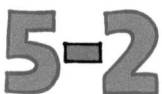

ondoa

引き算

zidisha

かけ算

kokotoa

計算する

barua

文字

alfabeti

アルファベット

neno

単語

maandishi

テキスト

kusoma

読む

chaki

チョーク

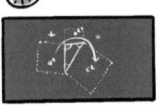

somo

授業

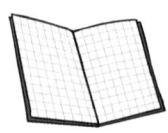

sajili

学級日誌

uchunguzi

試験

cheti

通知表

sare za shule

制服

elimu

教育

elezo

百科事典

chuo kikuu

大学

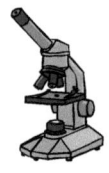

darubini

顕微鏡

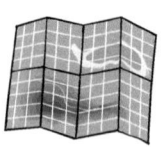

ramani

地図

kikapu cha kuweka karatasi
chafu

ごみ箱

usafiri

旅行

Grand
hoteli
ホテル
hosteli
ホステル
ROOMS
ofisi ya ubadilishanaji
両替所
sanduku
スーツケ
ース
gari
自動車

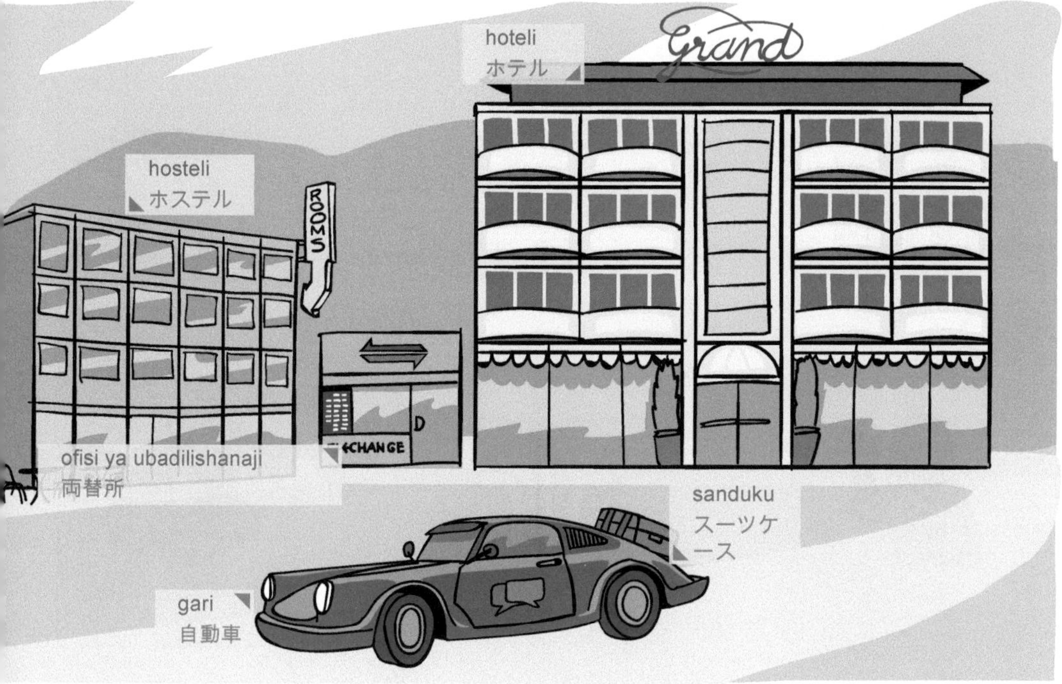

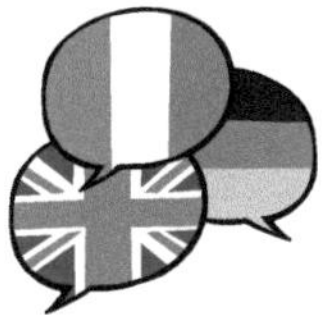

lugha
言語

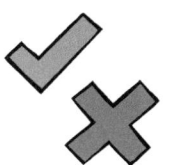

ndiyo / la
はい / いいえ

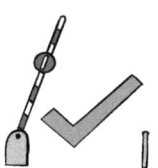

sawa
問題ない

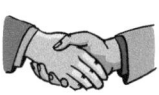

hujambo
ハロー

mtafsiri
翻訳者

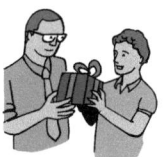

Asante
ありがとう

kiasi gani ni ...?

...はいくらですか？

Sielewi

わかりません

tatizo

問題

Jioni njema!

こんばんは！

Habari za asubuhi!

おはようございます！

Usiku mwema!

おやすみなさい！

kwa heri

さようなら

mwelekeo

方向

mizigo

手荷物

mfuko

バッグ

shanta

リュックサック

mgeni

お客様

chumba

部屋

begi la kulalia

寝袋

hema

テント

taarifa ya utalii

旅行者情報

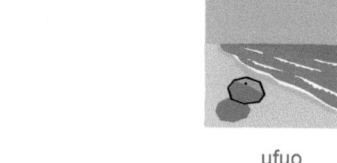

ufuo

ビーチ

kadi

クレジットカード

kifunguakinywa

朝食

chakula cha mchana

昼食

chakula cha jioni

夕食

tiketi

チケット

kuinua

エレベーター

muhuri

スタンプ

mpaka

境界

mila

税関

ubalozi

大使館

visa

ビザ

pasipoti

パスポート

usafiri

輸送

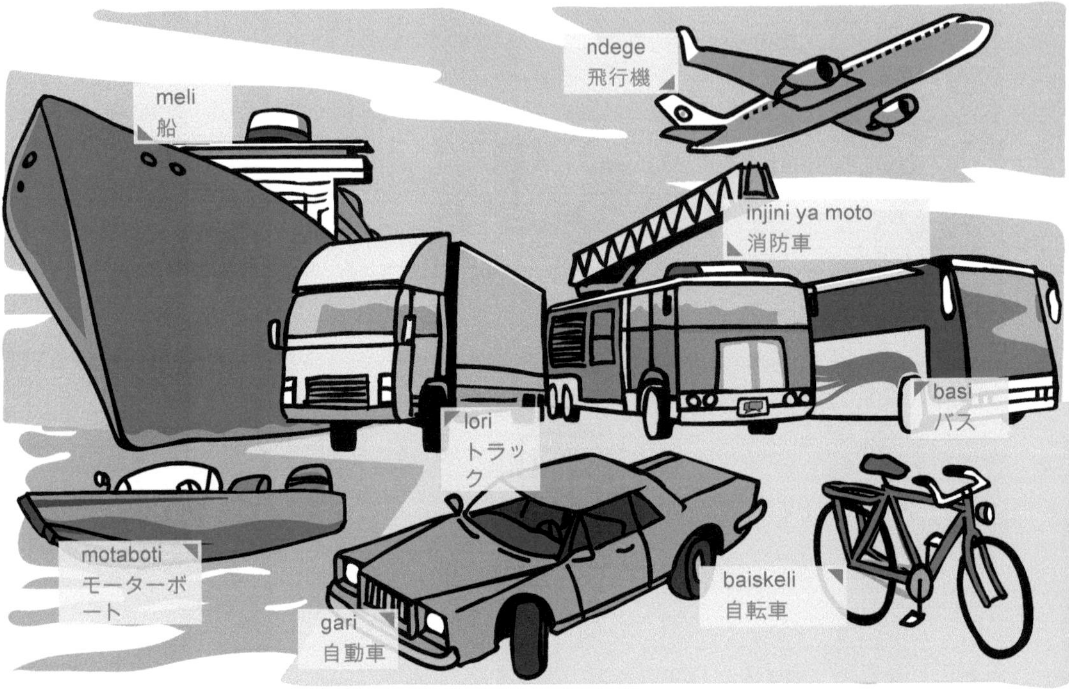
ndege
飛行機
meli
船
injini ya moto
消防車
basi
バス
lori
トラック
motaboti
モーターボート
baiskeli
自転車
gari
自動車

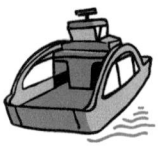

feri

フェリー

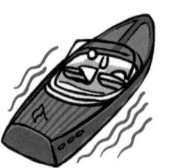

mashua

ボート

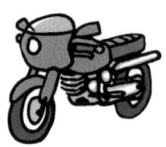

pikipiki

バイク

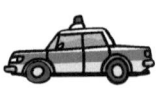

gari la polisi

パトカー

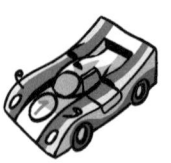

gari la mashindano

レーシングカー

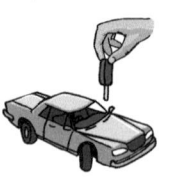

gari la kukodisha

レンタカー

kushiriki gari

カーシェアリング

lori la kuvuta

レッカー車

ukusanyaji taka

ごみ収集車

motor

モーター

mafuta

燃料

kituo cha mafuta

ガソリンスタンド

ishara trafiki

交通標識

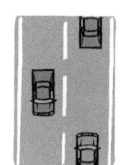

trafiki

交通

msongamano

渋滞

maegesho

駐車場

kituo cha treni

駅

reli

道

garimoshi

列車

tremu

路面電車

gari la mizigo

車両

helikopta

ヘリコプター

uwanja wa ndege

空港

mnara

タワー

abiria

乗客

chombo

コンテナ

katoni

段ボール箱

mkokoteni

カート

kikapu

カゴ

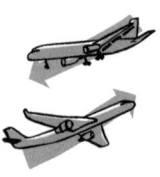

ondoka

離陸 / 着陸

jiji

都市

kijiji

村

katikati ya jiji

都心

nyumba

家

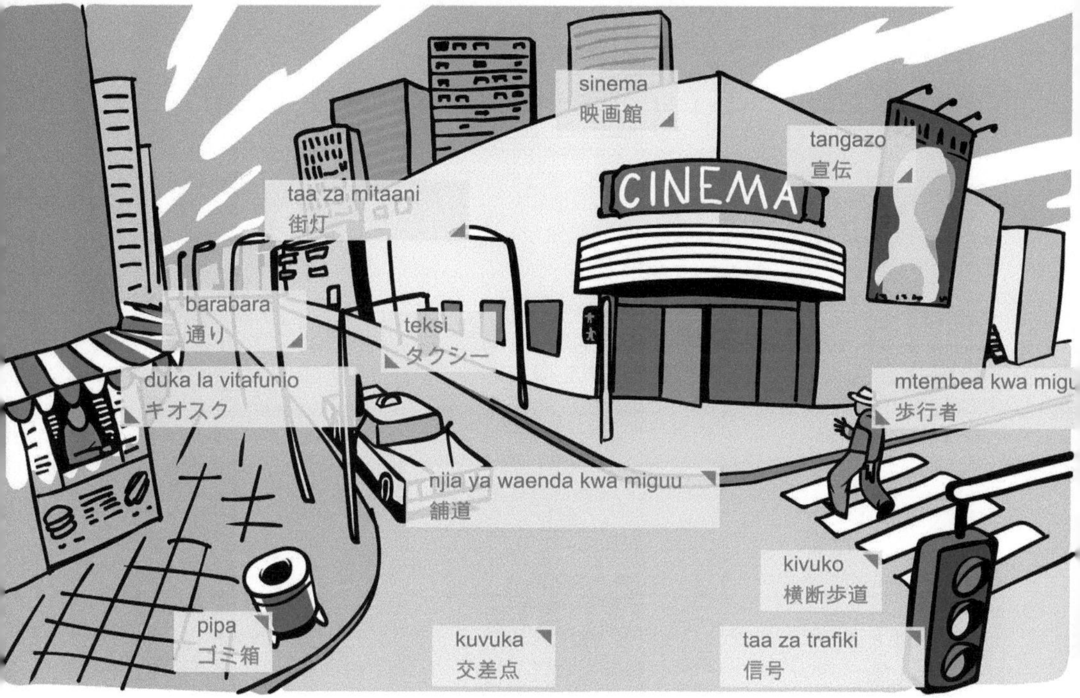

sinema
映画館
tangazo
宣伝
CINEMA
taa za mitaani
街灯
barabara
通り
teksi
タクシー
duka la vitafunio
キオスク
mtembea kwa migu
歩行者
njia ya waenda kwa miguu
舗道
kivuko
横断歩道
pipa
ゴミ箱
kuvuka
交差点
taa za trafiki
信号

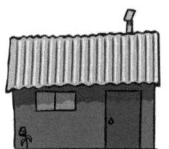

kibanda

小屋

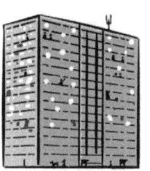

gorofa

アパート

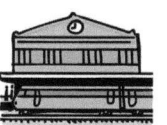

kituo cha treni

駅

ukumbi wa mji

市役所

MUSEUM

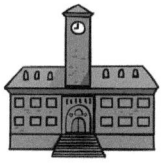

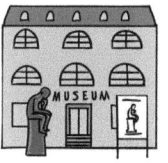

Makavazi

美術館

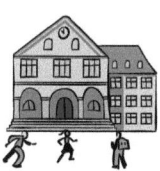

shule

学校

chuo kikuu

大学

benki

銀行

hospitali

病院

hoteli

ホテル

duka la dawa

薬局

ofisi

オフィス

duka la kitabu

書店

duka

ショップ

duka la maua

花屋

dukakuu

スーパーマーケット

soko

市場

idara ya kuhifadhi

デパート

mwuza samaki

魚屋

kituo cha ununuzi

ショッピングセンター

bandari

港

Hifadhi

公園

benki

ベンチ

daraja

橋

vidato

階段

chini ya ardhi

地下鉄

handaki

トンネル

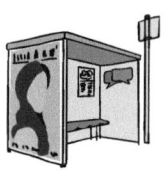

kituo cha mabasi

バス停

bar

バー

mgahawa

レストラン

sanduku la posta

ポスト

ishara ya barabara

道路標識

mita ya maegesho

パーキングメーター

bustani ya wanyama

動物園

kidimbwi cha kuogelea

スイミングプール

msikiti

モスク

shamba

農場

uchafuzi

汚染

makaburini

墓地

kanisa

教会

uwanja wa michezo

遊び場

hekalu

寺

mazingira

風景

jani
葉

ishara ya mwelekeo
道標

njia
道

malisho
草地

jiwe
石

mti
木

mtembeaji wa masafa
ハイカー

mto
川

nyasi
草

ua
花

bonde

谷

kilima

山

ziwa

湖

msitu

森

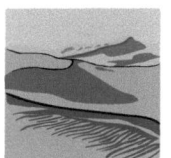

jangwa

砂漠

volkano

火山

ngome

城

upinde wa mvua

虹

uyoga

キノコ

mtende

ヤシの木

mbu

蚊

kuruka

ハエ

chungu

蟻

nyuki

ミツバチ

buibui

クモ

mende

カブトムシ

chura

蛙

kuchakuro

リス

nungunungu

ハリネズミ

sungura

ウサギ

bundi

フクロウ

ndege

鳥

swan

白鳥

nguruwe mwitu

雄豚

kulungu

鹿

aina ya kongoni

ヘラジカ

bwawa

ダム

tabo ya upepo

風力タービン

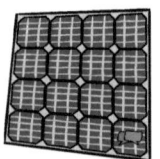

nishaji ya jua

ソーラーパネル

hali ya hewa

気候

mgahawa
レストラン

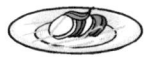

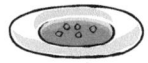

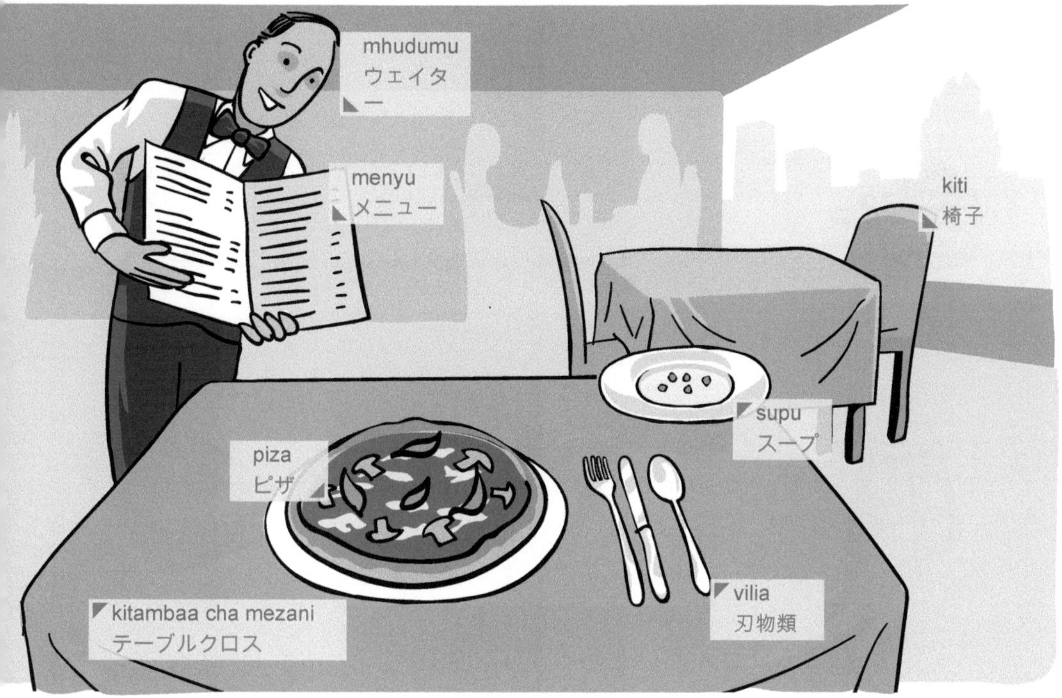

mhudumu
ウェイター
menyu
メニュー
kiti
椅子
supu
スープ
piza
ピザ
vilia
刃物類
kitambaa cha mezani
テーブルクロス

kiamsha hamu

前菜

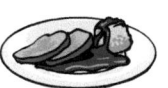

kozi kuu

メインコース

kitindamlo

デザート

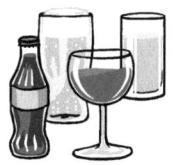

vinywaji

飲み物

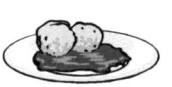

chakula

食べ物

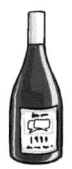

chupa

ボトル

chakula cha haraka

ファストフード

Streetfood

屋台の食べ物

buli

ティーポット

kisanduku cha sukari

砂糖入れ

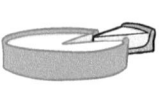

sehemu

一人前

mashine ya espresso

エスプレッソマシン

kiti kirefu

幼児用食事椅子

muswada

請求書

trei

トレー

kisu

ナイフ

uma

フォーク

kijiko

スプーン

kijiko cha chai

ティースプーン

nepi

ナプキン

glasi

グラス

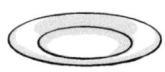

sahani

皿

sahani ya supu

スープ皿

sufuria

受け皿

mchuzi

ソース

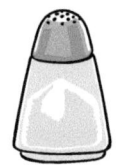

kichanyaji chumvi

塩入れ

kinu cha pilipili

ペッパーミル

siki

酢

mafuta

油

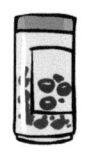

viungo

スパイス

kechapu

ケチャップ

haradali

マスタード

kachumbari nzito

マヨネーズ

dukakuu
スーパーマーケット

ofa maalum
特価品
FOR
mteja
顧客
maziwa
乳製品
matunda
果物
toroli
ショッピング
・カート

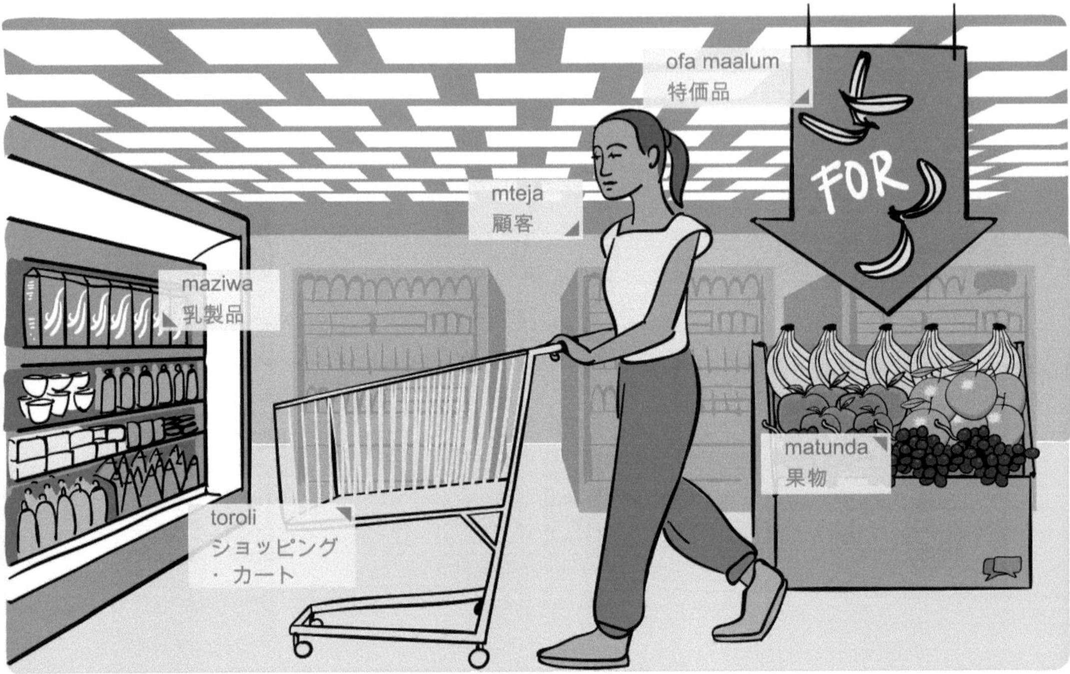

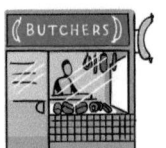

BUTCHERS

mchinjaji
肉屋

BAKERY

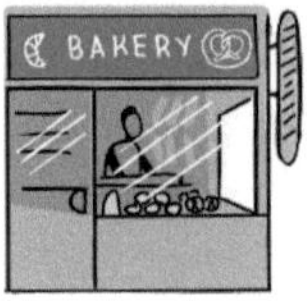

mwokaji
パン屋

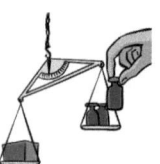

uzito
重さをはかる

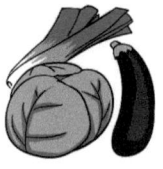

mboga
野菜

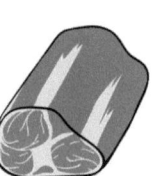

nyama
肉

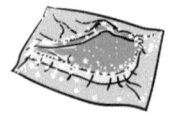

chakula waliohifadhiwa
冷凍食品

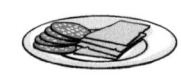

vipande vya nyama baridi

冷肉の薄切り

chakula cha kopo

缶詰食品

sabuni ya unga

洗剤

pipi

菓子

bidhaa za kaya

家庭用品

bidhaa za kusafisha

清掃用品

mtu mauzo

販売員

mpaka

現金箱

keshia

レジ係

orodha ya manunuzi

買い物リスト

masaa ya ufunguzi

開館時刻

mkoba

財布

kadi

クレジットカード

mfuko

バッグ

mfuko wa plastiki

ポリ袋

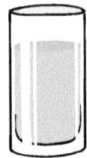

maji

水

sharubati

ジュース

maziwa

牛乳

coke

コーラ

mvinyo

ワイン

bia

ビール

pombe

アルコール

kakao

ココア

chai

紅茶

kahawa

コーヒー

spreso

エスプレッソ

kapuchino

カプチーノ

ndizi

バナナ

tufaha

リンゴ

machungwa

オレンジ

tikiti

メロン

lemon

レモン

karoti

ニンジン

kitunguu saumu

ニンニク

mianzi

竹

kitunguu

玉ねぎ

uyoga

キノコ

karanga

ナッツ

nudo

ヌードル

spageti

スパゲッティ

mpunga

米

saladi

サラダ

vibanzi

フライドポテト

viazi vya kukaanga

フライドポテト

piza

ピザ

hambaga

ハンバーガー

sandwichi

サンドウィッチ

kipande

カツレツ

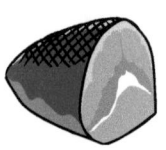

paja la mnyama

ハム

salami

サラミ

soseji

ソーセージ

kuku

鶏肉

choma

焼き

samaki

魚

oats ya uji

麦のお粥

muesli

ムーズリ

cornflakes

コーンフレーク

unga

小麦粉

kroisanti

クロワッサン

andazi

ロールパン

mkate

パン

mkate wa kubanika

トースト

biskuti

ビスケット

siagi

バター

maziwa mgando

カッテージチーズ

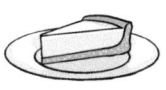

keki

ケーキ

yai

卵

yai kukaanga

目玉焼き

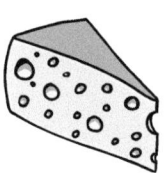

jibini

チーズ

aiskrimu

アイスクリーム

sukari

砂糖

asali

はちみつ

jemu

ジャム

kuenea kwa chokoleti

ヌガークリーム

mchuzi wa viungo

カレー

shamba

農場

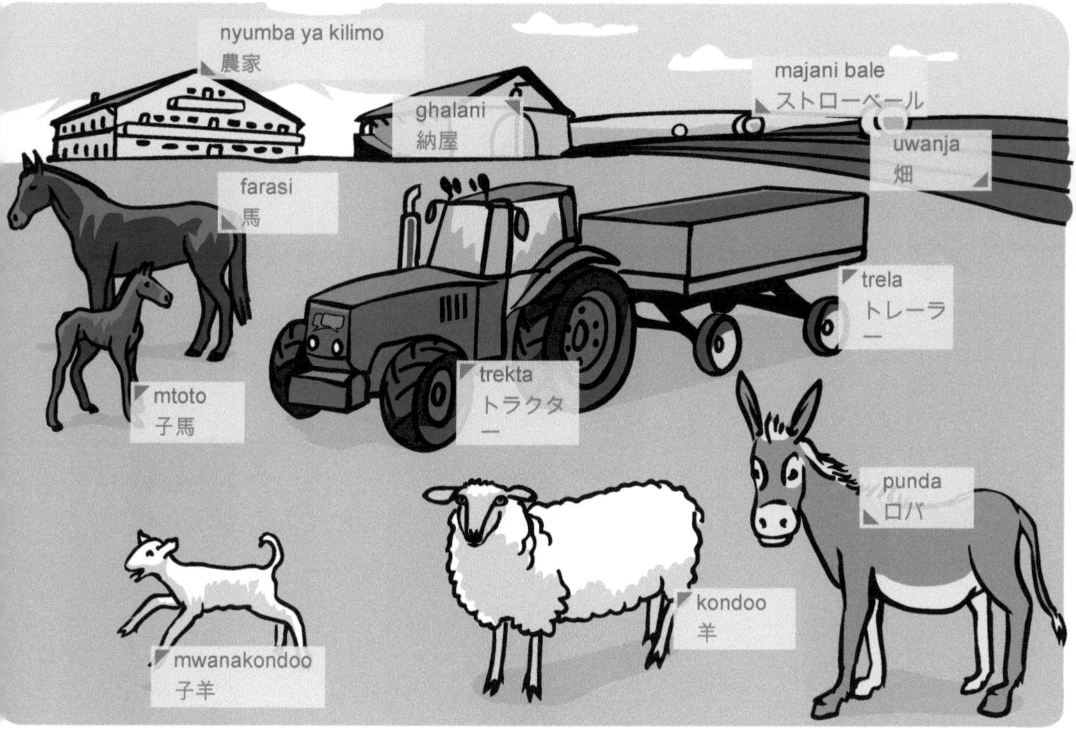
nyumba ya kilimo
農家
majani bale
ストローベール
ghalani
納屋
uwanja
畑
farasi
馬
trela
トレーラー
trekta
トラクター
mtoto
子馬
punda
ロバ
kondoo
羊
mwanakondoo
子羊

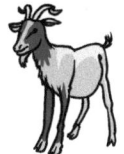

mbuzi
ヤギ

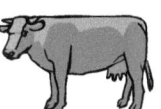

ng'ombe
雌牛

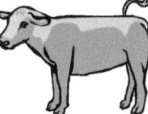

ndama
子牛

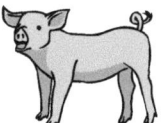

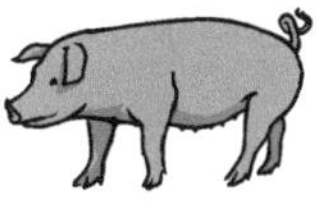
nguruwe
豚

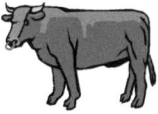

mwananguruwe
子豚

fahali
雄牛

batabukini

ガチョウ

bata

アヒル

kifaranga

ひよこ

kuku

にわとり

jogoo

おんどり

panya

ネズミ

paka

猫

panya

ねずみ

ng'ombe

雄牛

mbwa

犬

nyumba ya mbwa

犬小屋

bomba la bustani

散水ホース

debe la kumwagilia maji

じょうろ

fyekeo

大鎌

kulima

すき

mundu

草刈り鎌

jembe

くわ

uma wa nyasi

堆肥用フォーク

shoka

斧

toroli

手押し車

kupitia nyimbo

かいばおけ

chombo cha maziwa

牛乳缶

gunia

袋

ua

フェンス

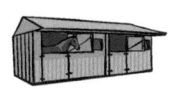

imara

畜舎

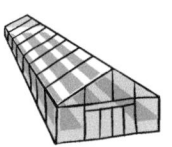

chafu

温室

udongo

土壌

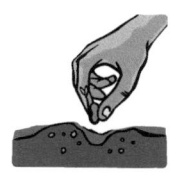

mbegu

種

mbolea

肥料

kivunaji

コンバイン

mavuno

収穫する

mavuno

収穫

viazi vikuu

ヤマイモ

ngano

小麦

soya

大豆

viazi

じゃがいも

mahindi

トウモロコシ

rapa

菜種

mti wa matunda

果樹

muhogo

キャッサバ

nafaka

穀物

nyumba

家

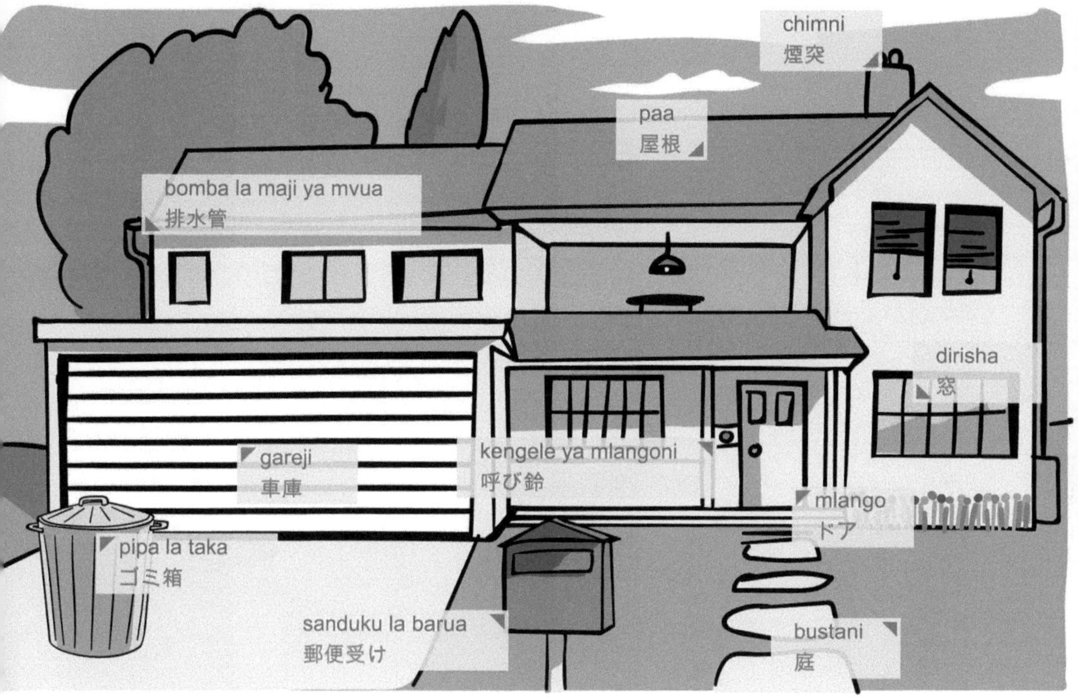
chimni
煙突
paa
屋根
bomba la maji ya mvua
排水管
dirisha
窓
gareji
車庫
kengele ya mlangoni
呼び鈴
mlango
ドア
pipa la taka
ゴミ箱
sanduku la barua
郵便受け
bustani
庭

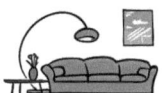

sebuleni

リビングルーム

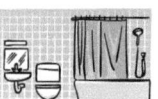

bafu

浴室

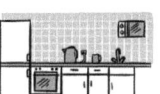

jikoni

台所

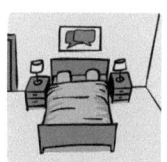

chumba cha kulala

寝室

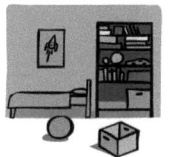

chumba ya mtoto

子供部屋

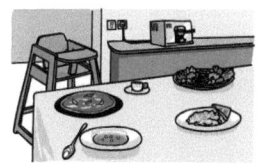

chumba cha kulia

ダイニング・ルーム

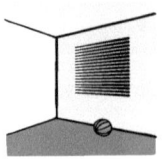

sakafu

床

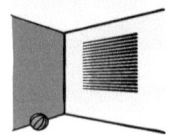

ukuta

壁

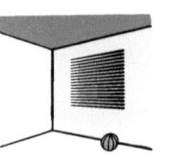

dari

天井

pishi

地下貯蔵庫

sauna

サウナ

roshani

バルコニー

mtaro

テラス

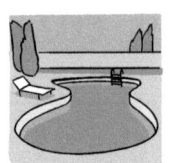

kidimbwi

プール

mashine ya kukata nyasi

芝刈り機

karatasi

シーツ

kitambaa cha kupamba
kitanda

ベッドカバー

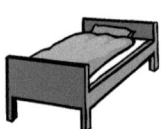

kitanda

ベッド

ufagio

ほうき

ndoo

バケツ

kubadili

スイッチ

sebuleni

リビングルーム

mandhari
壁紙
picha
絵
taa
ランプ
rafu
棚
kabati
食器棚
televisheni/runinga
テレビ
mekoni
暖炉
ua
花
mto
クッション
sofa
ソファ
chombo cha maua
花瓶
kitenzambali
リモコン

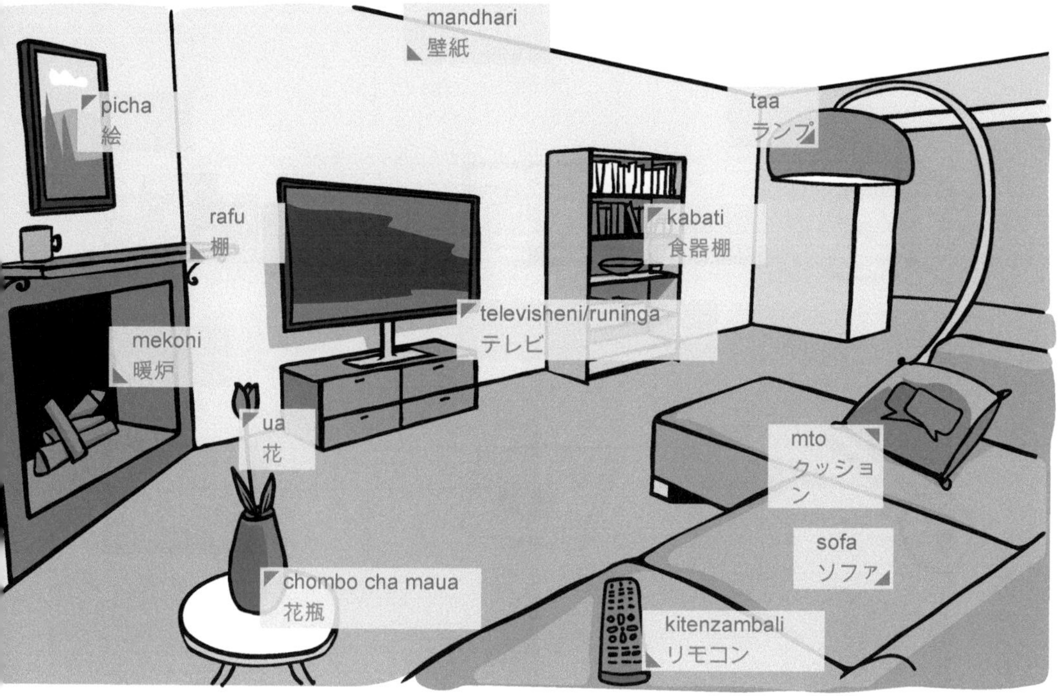

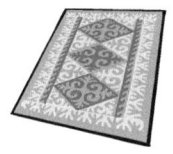

zulia
カーペット

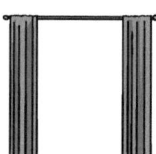

pazia
カーテン

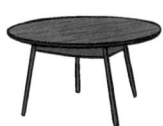

meza
テーブル

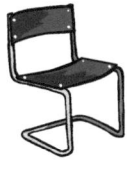

kiti
椅子

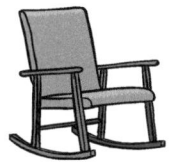

kiti cha bembea
ロッキングチェア

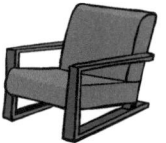

armchair
ひじ掛け椅子

kitabu

本

blanketi

毛布

mapambo

飾り

kuni

たきぎ

filamu

映画

kifaa cha hi-fi

ステレオ

ufunguo

鍵

gazeti

新聞

uchoraji

絵画

bango

ポスター

redio

ラジオ

daftari

メモ帳

kifyonza

掃除機

dungusi kakati

サボテン

mshumaa

ろうそく

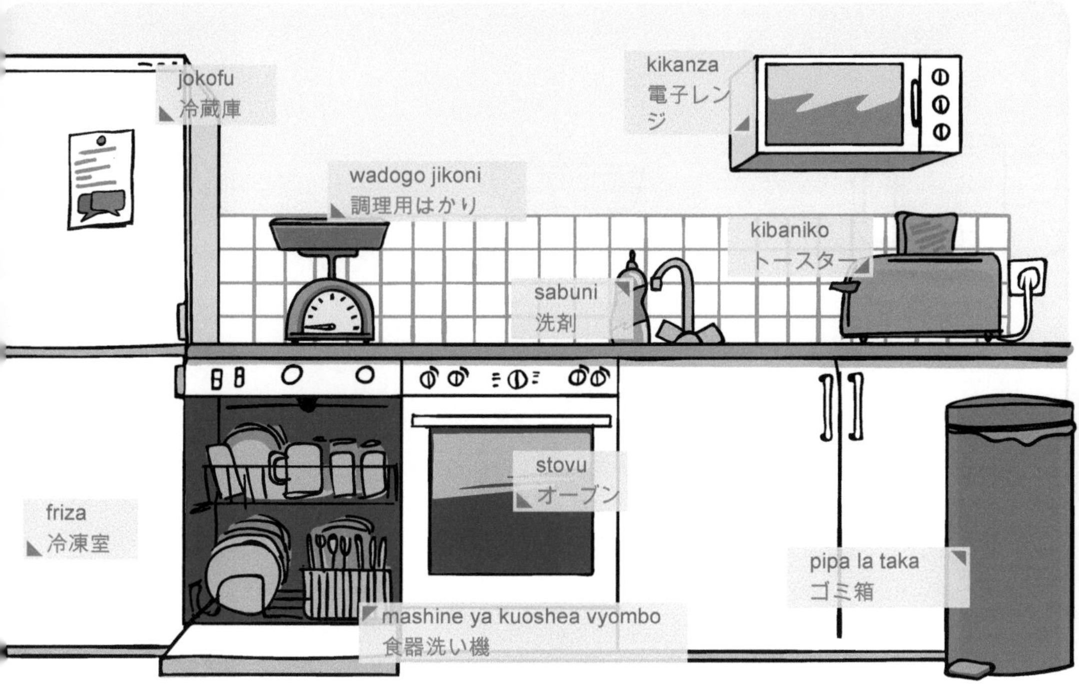

jokofu
冷蔵庫

kikanza
電子レンジ

wadogo jikoni
調理用はかり

sabuni
洗剤

kibaniko
トースター

friza
冷凍室

stovu
オーブン

pipa la taka
ゴミ箱

mashine ya kuoshea vyombo
食器洗い機

jiko la kupika

こんろ

chungu

鍋

sufuria ya chuma

鉄鍋

wok / kadai

中華鍋 / カダイ鍋

kaango

フライパン

birika

やかん

stima

蒸し器

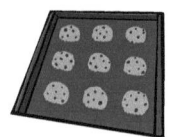

sinia ya kuoka

天板

vyombo vya udongo

食器

kombe

マグカップ

bakuli

ボウル

vijiti vya kulia

箸

ukawa

おたま

mwiko mpana

へら

burashi

泡立て器

kichujio

こし器

chujio

ふるい

mbuzi

すりおろし器

chokaa

すり鉢

barbeque

バーベキュー

moto wazi

かまど

ubao wa majaribio

まな板

kijiti cha kusukuma unga

麺棒

kizibuo

栓抜き

kopo

缶

inaweza kopo

缶切り

kishikio cha chungu

鍋つかみ

karo

流し

brashi

ブラシ

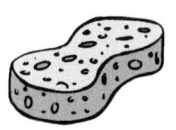

sifongo

スポンジ

kisagaji matunda

ミキサー

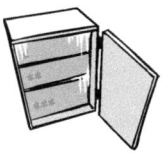

friji ya kina

冷凍庫

chupa ya mtoto

哺乳瓶

bomba

蛇口

bafu

浴室

joto
ヒーター
mfereji wa kuogea
シャワー
taulo
タオル
pazia la kuogea
シャワーカーテン
maji ya kuoga yenye povu
泡風呂
hodhi
浴槽
glasi
グラス
mashine ya kuosha
洗濯機
bomba
蛇口
vigae
タイル
poti
おまる
karo
流し

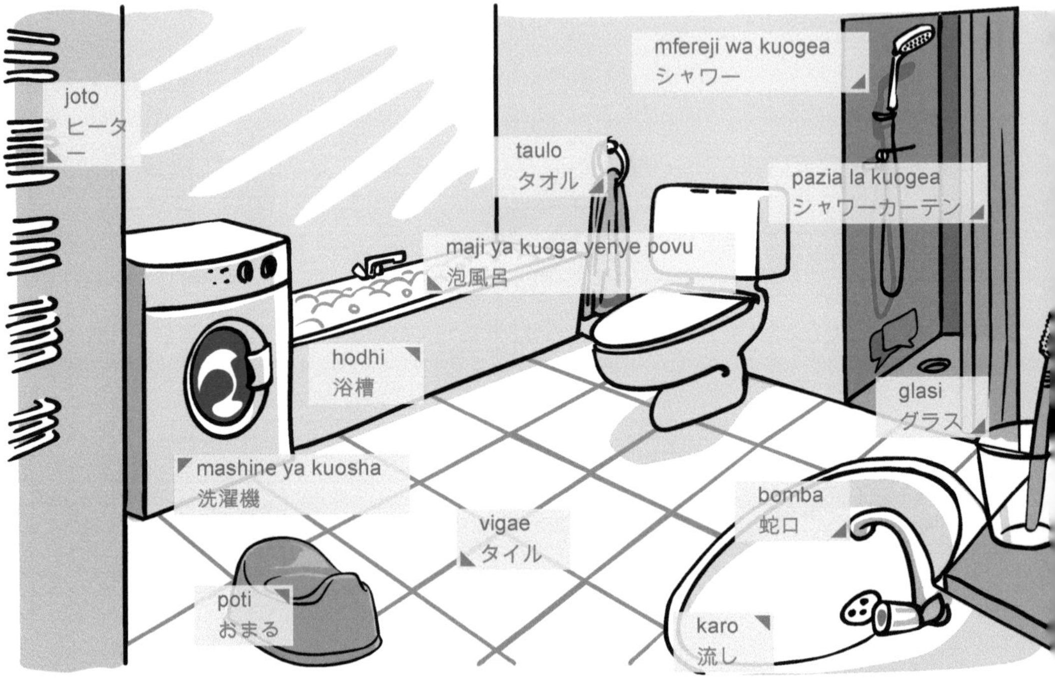

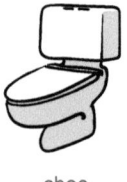

choo

トイレ

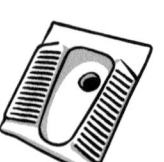

choo cha squat

和式トイレ

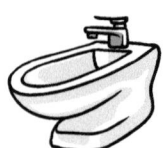

beseni la mviringo

ビデ

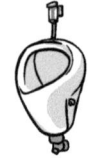

choo cha umma

小便器

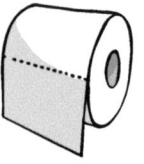

shashi

トイレットペーパー

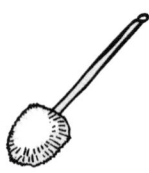

brashi ya choo

トイレブラシ

mswaki

歯ブラシ

dawa ya meno

歯みがき

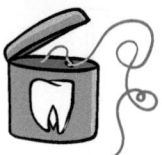

dawa ya meno

デンタルフロス

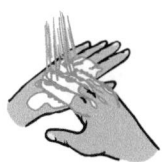

safisha

洗う

kuoga mkono

シャワーヘッド

msukumo wa maji

ハンドビデ

bonde

洗面台

mpako wa pili

ボディブラシ

sabuni

石鹸

jeli ya kuogea

シャワー用ジェル

shampuu

シャンプー

flana

浴用タオル

toa maji

排水口

krimu

クリーム

kiondoa harufu

消臭

kioo

鏡

kioo mkono

手鏡

kinyozi

かみそり

povu la kunyoa

シェービング・フォーム

baada ya kunyoa

アフターシェーブローショ
ン

kichana

櫛

brashi

ブラシ

kikausha nywele

ドライヤー

marashi ya nyewele

ヘアスプレー

vipodozi

化粧

kidomwa

口紅

varnish ya msumari

マニキュア

pamba

脱脂綿

mkasi wa kucha

爪切り

manukato

香水

mkoba wa kuosha

洗面用具入れ

kinyesi

スツール

mizani

体重計

nguo ya kuoga

バスローブ

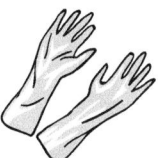

glavu za mpira

ゴム手袋

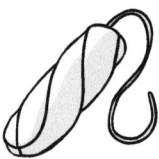

kisodo

タンポン

sodo

生理用ナプキン

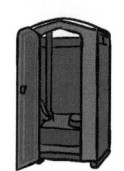

kemikali choo

ケミカルトイレ

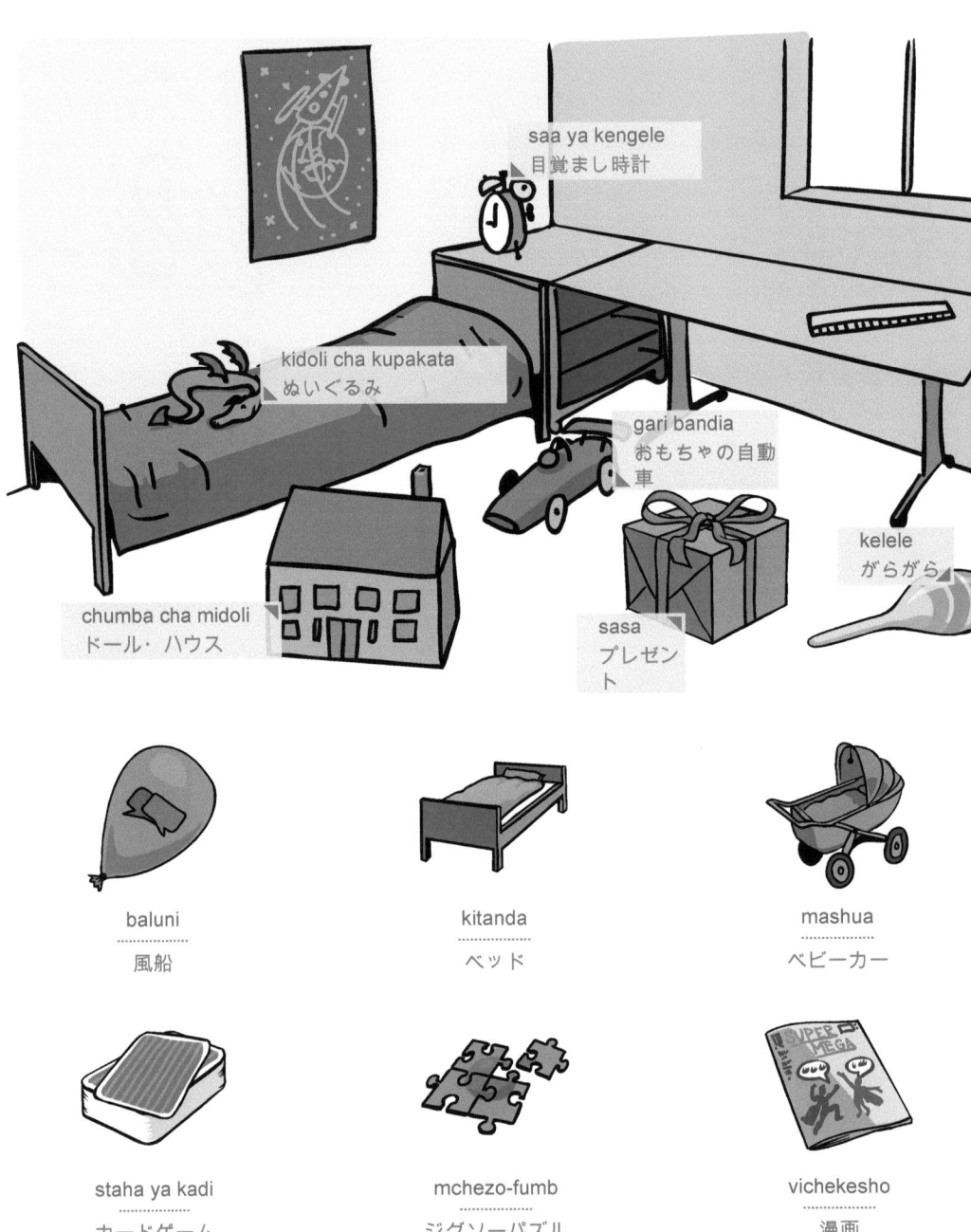

saa ya kengele
目覚まし時計

kidoli cha kupakata
ぬいぐるみ

gari bandia
おもちゃの自動車

kelele
がらがら

chumba cha midoli
ドール・ハウス

sasa
プレゼント

baluni

風船

kitanda

ベッド

mashua

ベビーカー

staha ya kadi

カードゲーム

mchezo-fumb

ジグソーパズル

vichekesho

漫画

matofali lego

レゴ

vitalu mwigo

玩具ブロック

hatua takwimu

アクションフィギュア

suti ya kulalia

ロンパース

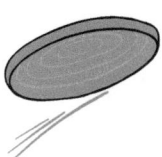

kisahani

フリスビー

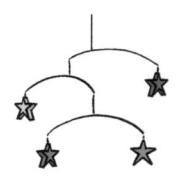

simu

モバイル

ubao wa michezo

ボードゲーム

kete

さいころ

garimoshi mwigo

鉄道模型

dummy

おしゃぶり

chama

パーティー

picha kitabu

絵本

mpira

ボール

kikaragosi

人形

kucheza

遊ぶ

shimo la mchanga

砂場

bembea

ブランコ

vitu bandia

おもちゃ

kiweko cha video ya
mchezo

ゲーム機

baiskeli ya magurudumu

三輪車

matatu

mwanasesere

テディベア

kabati

衣装ダンス

nguo

衣服

soksi

靴下

stokingi

ストッキング

kibano

タイツ

skafu
スカーフ

ukanda
ベルト

mwavuli
雨傘

fulana
Tシャツ

viatu
ブーツ

wakufunzi
スニーカー

ndara
スリッパ

malapa
サンダル

viatu
靴

mabuti ya mpira
ゴム長靴

suruali ya ndani
パンツ

sidiria
ブラ

fulana
ベスト

mwili

ボディースーツ

suruali

ズボン

dangirizi

ジーンズ

sketi

スカート

blauzi

ブラウス

shati

シャツ

vuta

セーター

sweta

パーカー

bleza

ブレザー

jaketi

ジャケット

koti

コート

koti la mvua

レインコート

maleba

服装

gauni

ドレス

mavazi ya harusi

ウェディングドレス

suti
スーツ

vazi la usiku
ナイトガウン

pajama
パジャマ

sari
サリー

skafu
ヘッドスカーフ

kilemba
ターバン

burka
ブルカ

kaftan
カフタン

abaya
アバヤ

vazi la kuogelea
水着

vazi la kiume la kuogelea
トランクス

kaptura
半ズボン

teitei
スウェットスーツ

aproni
エプロン

glavu
手袋

kifungo

ボタン

glasi

メガネ

bangili

ブレスレット

mkufu

ネックレス

pete

指輪

herini

イヤリング

kofia

帽子

kiango cha koti

ハンガー

kofia

帽子

tai

ネクタイ

zipu

ファスナー

kofia

ヘルメット

kanda za suruali

サスペンダー

sare za shule

制服

sare

ユニフォーム

bibu

よだれかけ

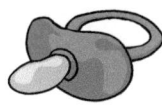

dummy

おしゃぶり

nepi

おむつ

ofisi
オフィス

seva
サーバ

kabati la kuweka faili
書類キャビネット

kichapishaji
プリンター

kiwambo
モニター

karatasi
紙

dawati
事務机

kipanya
マウス

folda
フォルダー

kibodi
キーボード

cha kuweka karatasi chafu

kiti
椅子

kompyuta
コンピューター

kmobe la kahawa

コーヒーマグ

kikokotoo

計算機

biashara

インターネット

mbali

ラップトップ

barua

手紙

ujumbe

メッセージ

rununu

携帯電話

intaneti

ネットワーク

fotokopia

コピー機

programu

ソフトウェア

simu

電話

soketi

コンセント

kipepesi

ファックス

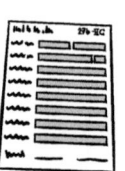

fomu

フォーム

hati

書類

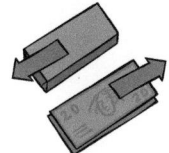

kununua

買う

kulipa

支払う

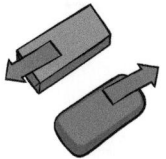

biashara

取引する

fedha

お金

dola

ドル

yuro

ユーロ

yeni

円

rouble

ルーブル

faranga ya Uswisi

スイスフラン

renminbi yuan

人民元

rupia

ルピー

eneo la kulipia

キャッシュポイント

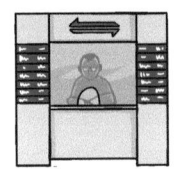

ofisi ya ubadilishanaji

両替所

dhahabu

金

fedha

銀

mafuta

油

nishati

エネルギー

bei

価格

mkataba

契約

kodi

税金

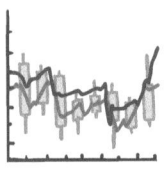

bidhaa

株

kazi

働く

mfanyakazi

従業員

mwajiri

雇用主

kiwanda

工場

duka

ショップ

kazi
職業

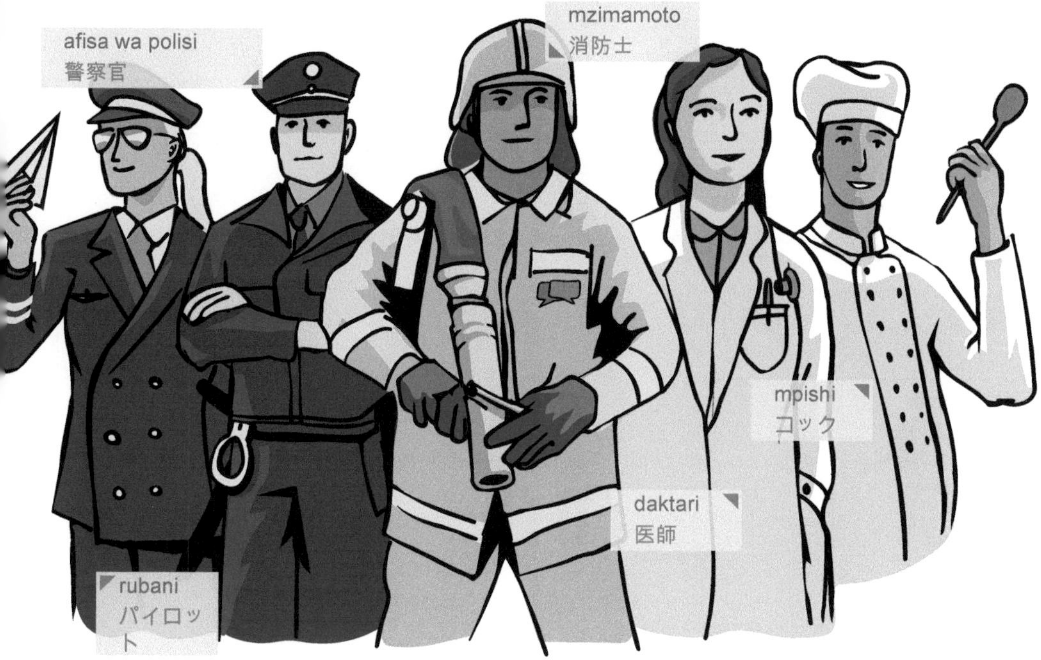
afisa wa polisi
警察官
mzimamoto
消防士
mpishi
コック
daktari
医師
rubani
パイロット

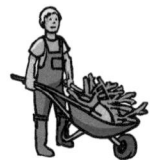

mtunza bustani

庭師

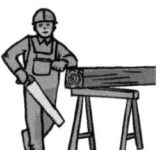

seremala

大工

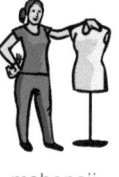

mshonaji

お針子

hakimu

裁判官

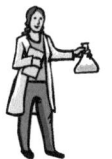

mwanakemia

化学者

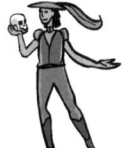

muigizaji

俳優

dereva wa basi

バスの運転手

dereva wa teksi

タクシー運転手

mvuvi

漁師

mwanamke wa kusafisha

掃除婦

mwezekaji

屋根ふき職人

mhudumu

ウエイター

mwindaji

ハンター

mchoraji

塗装工

mwokaji

パン屋

umeme

電気工

mjenzi

建設作業員

mhandisi

エンジニア

mchinjaji

肉屋

fundi bomba

配管工

mwanaposta

郵便配達人

mwanajeshi

軍人

msanifu majengo

建築家

keshia

レジ係

muuza maua

花屋

msusi

美容師

kondakta

車掌

mekanika

機械工

nahodha

キャプテン

daktari wa meno

歯科医

mwanasayansi

科学者

rabbi

ラビ

imamu

イスラム導師

mtawa

修道士

kasisi

牧師

zana
道具

nyundo
ハンマー
koleo
くぎ抜き
bisibisi
ドライバー
spana
スパナ
kurunzi
懐中電灯

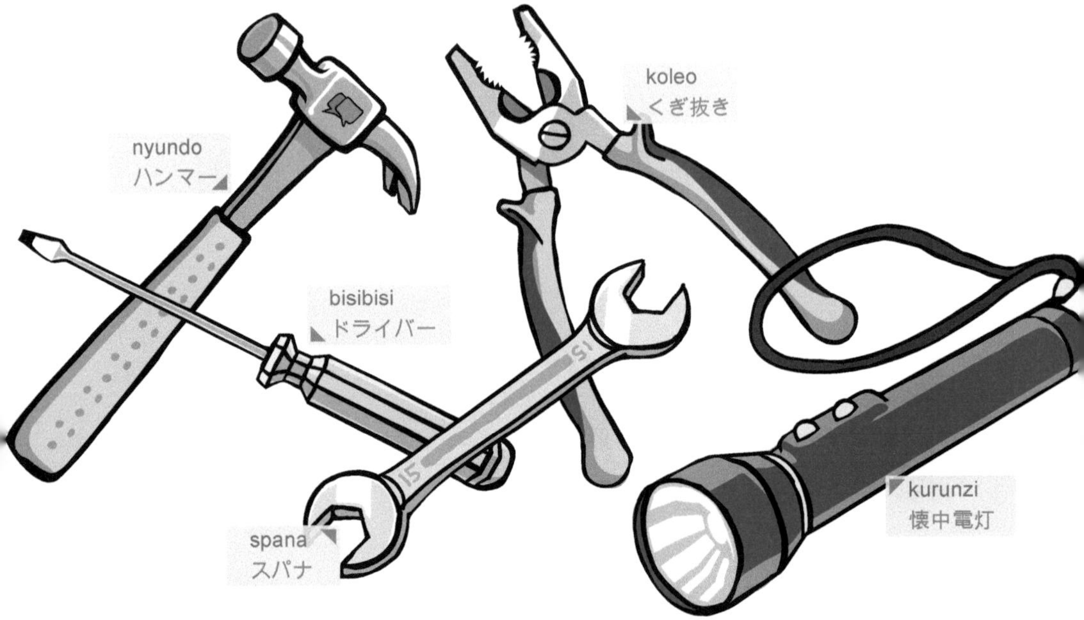

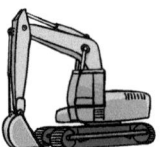

mchimbaji

掘削機

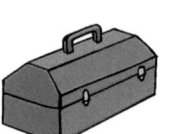

sanduku la vifaa

道具箱

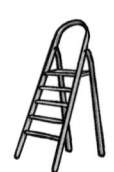

ngazi

はしご

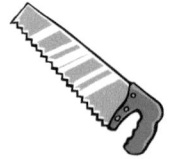

msumeno

のこぎり

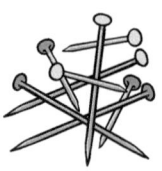

misumari

釘

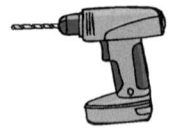

kuchimba visima

ドリル

kukarabati

修理する

sepetu

シャベル

Lo!

クソ！

kishikio cha uchafu

ちりとり

chungu cha rangi

ペンキ缶

skurubu

ネジ

ala za muziki
楽器

mpangilio wa ngoma
打楽器

spika
スピーカー

gita
ギター

besi mara mbili
コントラバス

tarumbeta
トランペット

piano
ピアノ

fidla
バイオリン

ubeji
バス

timpani
ティンパニ

ngoma
ドラム

kibodi
キーボード

saksafoni
サックス

filimbi
フルート

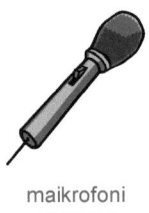

maikrofoni
マイクロフォン

bustani ya wanyama

動物園

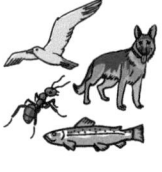

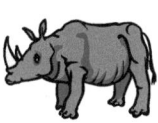

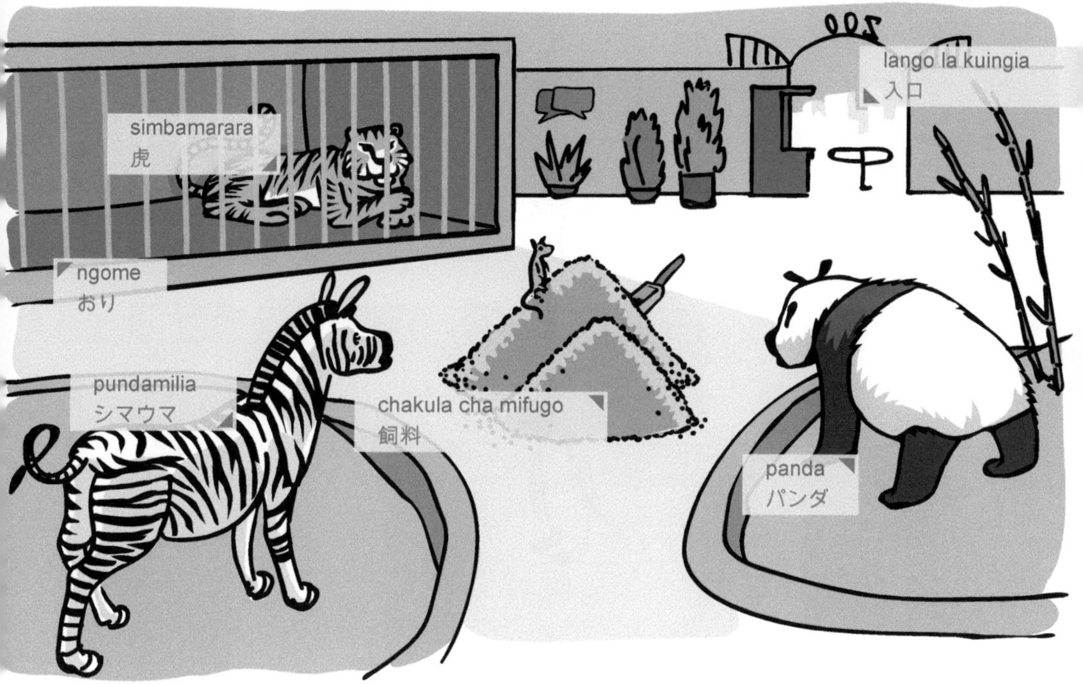

lango la kuingia
入口
simbamarara
虎
ngome
おり
pundamilia
シマウマ
chakula cha mifugo
飼料
panda
パンダ

wanyama
動物

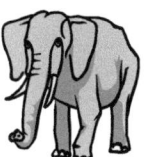

tembo
象

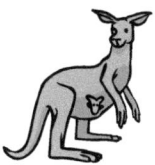

kangaruu
カンガルー

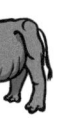

kifaru
サイ

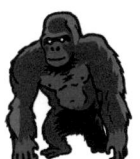

sokwe
ゴリラ

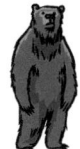

dubu
熊

ngamia

ラクダ

mbuni

ダチョウ

simba

ライオン

tumbili

猿

heroe

フラミンゴ

kasuku

オウム

dubu

白クマ

penguini

ペンギン

papa

サメ

tausi

クジャク

nyoka

蛇

mamba

ワニ

mtunza wanyama

飼育係

muhuri

アザラシ

jaguar

ジャガー

mwanafarasi

ポニー

chui

ヒョウ

kiboko

カバ

twiga

キリン

tai

鷲

nguruwe mwitu

雄豚

samaki

魚

kobe

亀

sili

セイウチ

mbweha

狐

paa

ガゼル

soka ya marekani
アメフト

uendeshaji baiskeli
サイクリング

tenisi
テニス

mpira wa kikapu
バスケットボール

kuogelea
水泳

ndondi
ボクシング

magongo ya barafuni
アイスホッケー

soka
サッカー

vinyoya
バドミントン

riadha
陸上競技

mpira wa mikono
ハンドボール

skii
スキー

polo
ポロ

kuruka
跳ぶ

kumbatia
抱きしめる

cheka
笑う

kutembea
歩く

kuimba
歌う

kuomba
祈る

busu
キス

ota ndoto
夢見る

kuandika

書く

kuteka

描く

angalia

示す

sukuma

押す

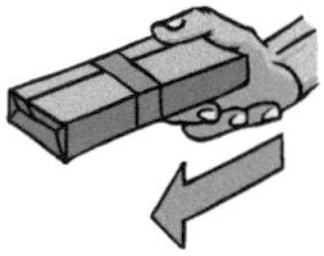

kutoa

与える

kuchukua

取る

kuwa

持っている

fanya

する

kuwa

ある

kusimama

立つ

kukimbia

走る

vuta

引く

kutupa

投げる

kuanguka

落ちる

hadaa

横たわっている

kusubiri

待つ

kubeba

運ぶ

kukaa

座る

vaa nguo

着る

usingizi

眠る

kuamka

目が覚める

kuangalia

見る

lia

泣く

kiharusi

なでる

chana nywele

櫛ですく

ongea

話す

kuelewa

理解する

kuuliza

質問する

kusikiliza

聞く

kunywa

飲む

kula

食べる

nadhifisha

片づける

upendo

愛する

mpishi

料理する

gari

運転する

kuruka

飛ぶ

meli

ヨットに乗る

kokotoa

計算する

kusoma

読む

kujifunza

学ぶ

kazi

働く

kuoa

結婚する

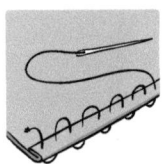

kushona

縫う

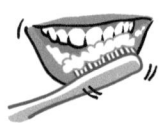

piga mswaki

歯を磨く

kuua

殺す

moshi

喫煙する

kutuma

送る

bibi
祖母

babu
祖父

baba
父

mama
母

mtoto
赤ん坊

binti
娘

bin
息子

mgeni

お客様

shangazi

おば

mjomba

おじ

kaka

兄弟

dada

姉妹

mwili

体

paji la uso
ひたい
jicho
目
uso
顔
kidevu
あご
kidole
指
mkono
手
matiti
胸
mkono
腕
bega
肩
mguu
脚

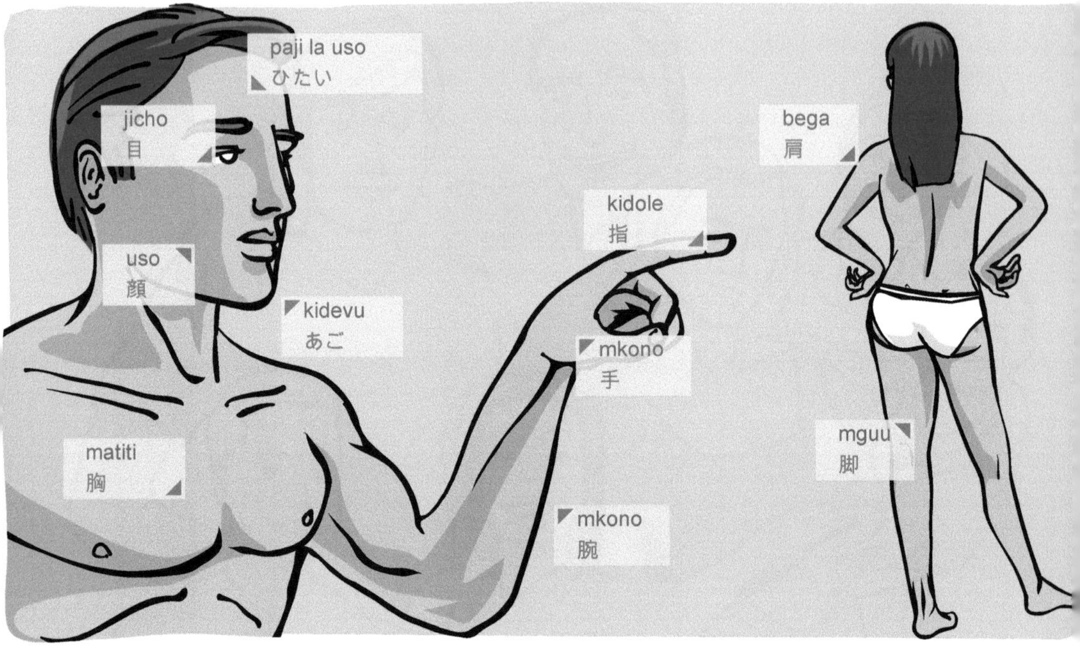

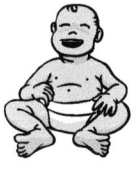

mtoto
赤ん坊

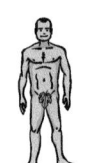

mwanamume
男性

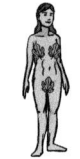

mwanamke
女性

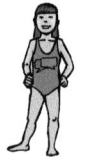

msichana
少女

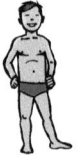

mvulana
少年

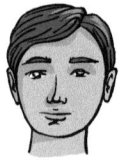

kichwa
頭

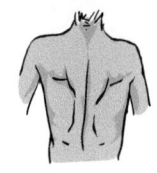

nyuma
背中

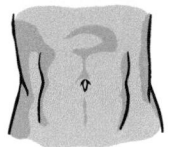

tumbo
腹

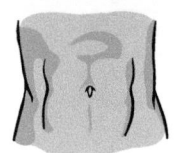

kitovu
へそ

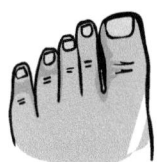

chano
足指

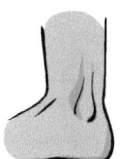

kisigino
かかと

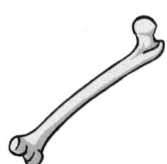

mfupa
骨

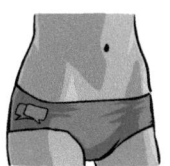

nyonga
腰

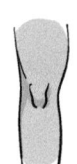

goti
ひざ

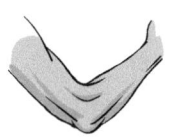

kiwiko
ひじ

pua
鼻

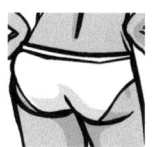

chini
尻

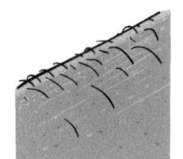

ngozi
皮膚

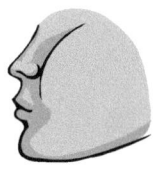

shavu
頬

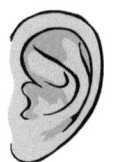

sikio
耳

mdomo
唇

kinywa

口

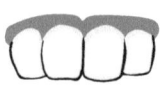

jino

歯

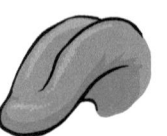

ulimi

舌

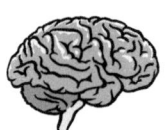

ubongo

脳

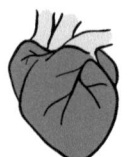

moyo

心臓

misuli

筋肉

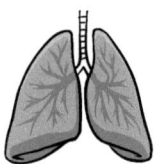

pafu

肺

ini

肝臓

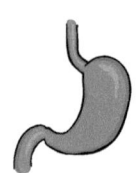

tumbo

胃

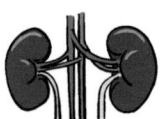

figo

腎臓

jinsia

セックス

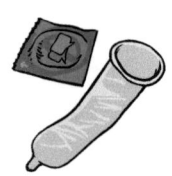

kondomu

コンドーム

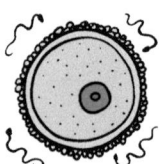

ovari

卵細胞

shahawa

精液

mimba

妊娠

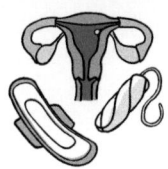

hedhi

月経

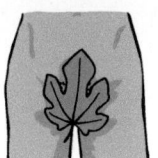

uke

膣

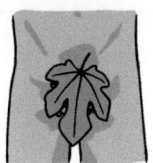

uume

ペニス

unyusi

眉

nywele

髪

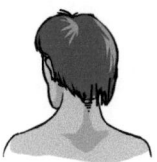

shingo

首

hospitali
病院

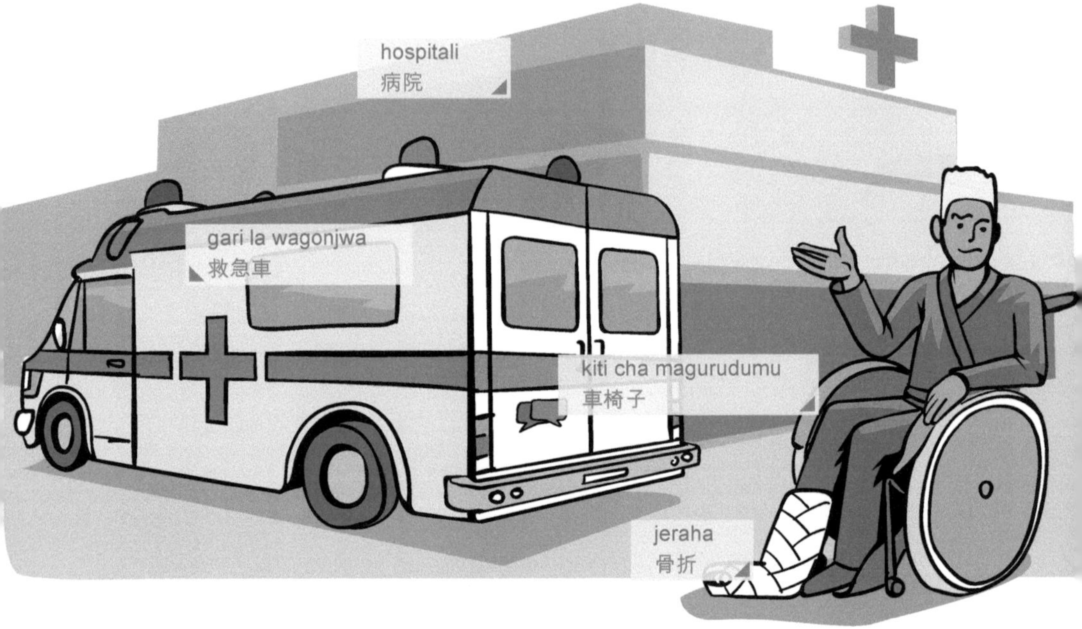

hospitali
病院
gari la wagonjwa
救急車
kiti cha magurudumu
車椅子
jeraha
骨折

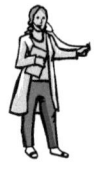

daktari

医師

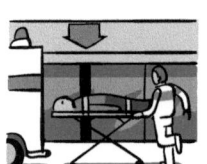

chumba cha dharura

救急治療室

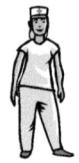

muuguzi

看護師

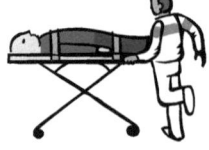

dharura

救急

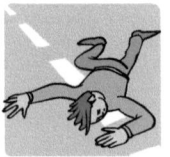

kupoteza fahamu

失神

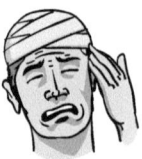

maumivu

痛み

kuumia

けが

kutokwa na damu

出血

mshtuko wa moyo

心臓発作

kiharusi

脳卒中

mzio

アレルギー

kikohozi

咳

homa

熱

mafua

インフルエンザ

kuharisha

下痢

maumivu ya kichwa

頭痛

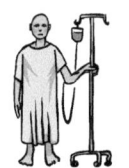

kansa

癌

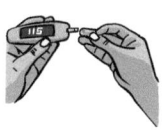

ugonjwa wa kisukari

糖尿病

daktari mpasuaji

外科医

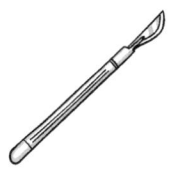

kisu kidogo cha kupasulia

外科用メス

operesheni

手術

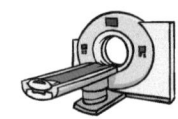

picha changanufu ya mwili

CT

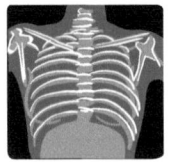

Eksrei

レントゲン

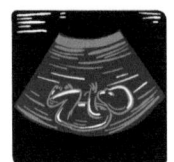

mawimbi sauti

超音波

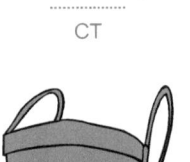

barakoa ya uso

マスク

ugonjwa

病気

chumba cha kusubiri

待合室

mkongojo

松葉づえ

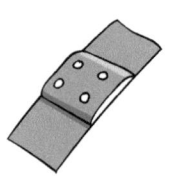

plasta

ばんそうこう

bendeji

包帯

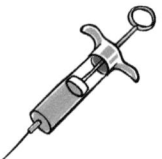

sindano

注射

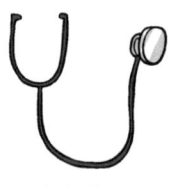

stetoskopu

聴診器

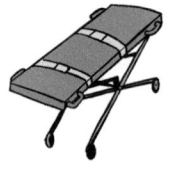

machela

担架

kipimajoto cha kliniki

体温計

kuzaliwa

出産

unene kupita kiasi

肥満

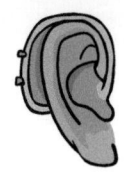

kusikia misaada

補聴器

kipukusi

消毒剤

maambukizi

感染

virusi

ウイルス

VVU / UKIMWI

HIV / エイズ

dawa

内服薬

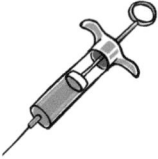

chanjo

予防接種

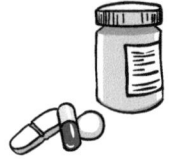

vidonge

錠剤

kidonge

ピル

simu ya dharura

緊急電話

haemodainamometa

血圧計

mgonjwa / mwenye afya

病気の　/　健康な

Msaada!

助けて！

kengele

アラーム

pigo

暴行

shambulizi

攻撃

hatari

危険

lango la dharura

非常口

Moto!

火事だ！

kizima moto

消火器

ajali

事故

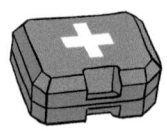

vifaa vya huduma ya kwanza

救急箱

wito wa msaada

SOS

polisi

警察

Ulaya

ヨーロッパ

Amerika ya Kaskazini

北米

Amerika ya Kusini

南米

Afrika

アフリカ

Asia

アジア

Australia

オーストラリア

Atlantiki

大西洋

Pasifiki

太平洋

Bahari ya Hindi

インド洋

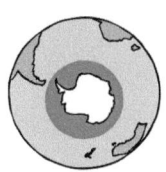

Bahari ya Antaktiki

南極海

Bahari ya Aktiki

北極海

Ncha ya Kaskazini

北極

Ncha ya Kusini

南極

Antaktika

南極大陸

dunia

地球

nchi

陸

bahari

海

kisiwa

島

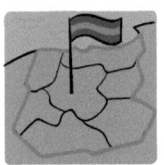

taifa

国家

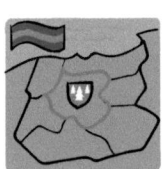

jimbo

国家

uso wa saa

文字盤

akrabu ya saa

短針

akrabu ya dakika

長針

akrabu ya sekunde

秒針

Ni saa ngapi?

何時ですか？

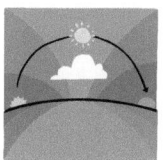

siku

日

wakati

時間

sasa

現在

saa ya dijitali

デジタル時計

dakika

分

saa

時間

Jumatatu 月曜 MO
Jumatano 水曜 W
Ijumaa 金曜 FR
TU
Jumamosi 土曜 TH SA
Jumanne 火曜
Alhamisi 木曜
SO
Jumapili 日曜

jana
昨日

leo
今日

kesho
明日

asubuhi
朝

saa sita mchana
昼

jioni
夜

siku za biashara
営業日

mwishoni mwa wiki
週末

mwaka

年

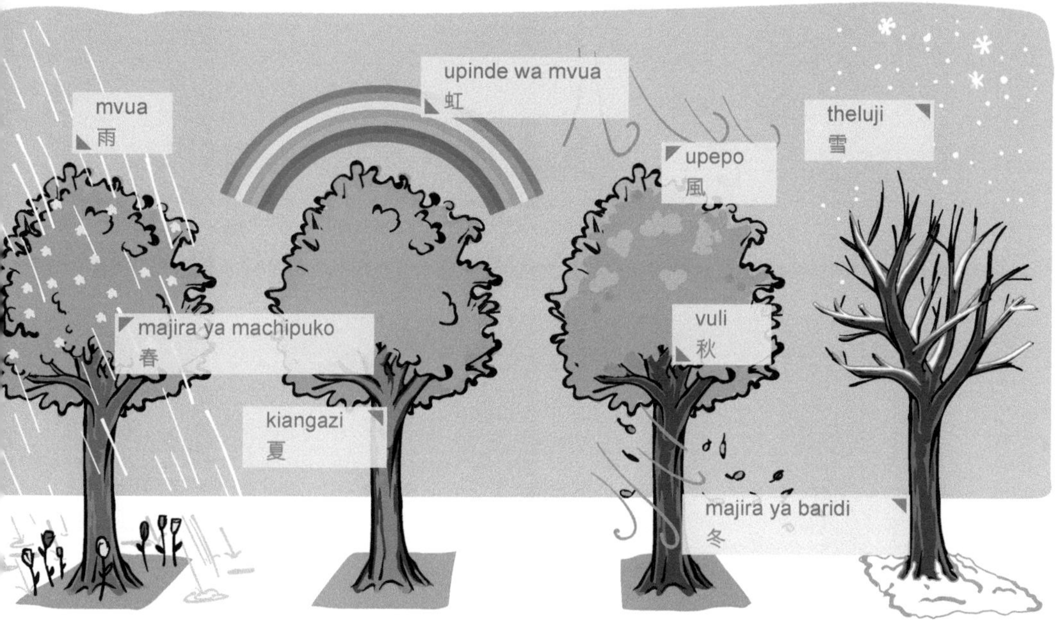
mvua
雨
upinde wa mvua
虹
theluji
雪
upepo
風
majira ya machipuko
春
vuli
秋
kiangazi
夏
majira ya baridi
冬

4.APRIL 11°
5.APRIL 4°
6.APRIL 13°
7.APRIL 8°
8.APRIL 10°

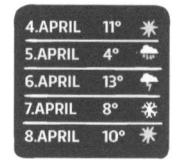

utabiri wa hali ya hewa

天気予報

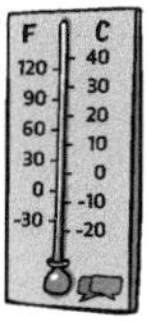
F
C
120
90
60
30
0
-30
40
30
20
10
0
-10
-20

kipimajoto

温度計

mwanga wa jua

日差し

wingu

雲

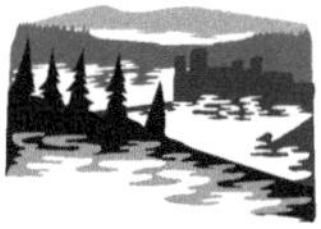

ukungu

霧

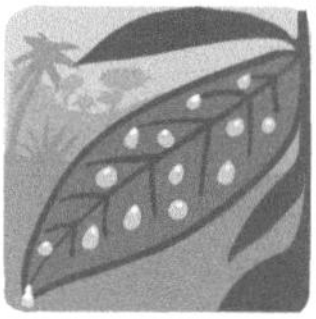

unyevu

湿度

umeme

雷

radi

雷

dhoruba

嵐

mvua ya mawe

ひょう

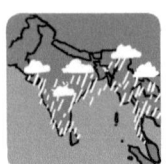

monsuni

季節風

mafuriko

洪水

barafu

氷

Januari

1月

Februari

2月

Machi

3月

Aprili

4月

Mei

5月

Juni

6月

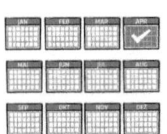

Julai

7月

Agosti

8月

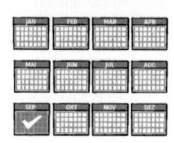

Septemba
....
9月

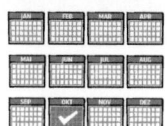

Oktoba
....
10月

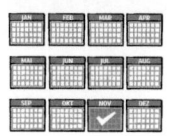

Novemba
....
11月

Desemba
....
12月

maumbo

形

mduara
....
円

mraba
....
正方形

mstatili
....
長方形

pembetatu
....
三角

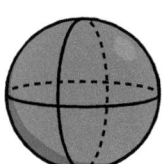

nyanja
....
球

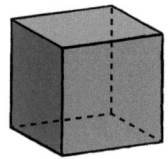

mchemraba
....
立方体

nyeupe

白

manjano

黄

chungwa

オレンジ

rangi ya waridi

ピンク

nyekundu

赤

hudhurungi

紫

bluu

青

kijani

緑

hanja

茶

jivujivu

灰色

nyeusi

黒

mengi / kidogo

多い ／ 少ない

hasira / pole

怒っている /
落ち着いている

nzuri / mbaya

美しい ／ 醜い

mwanzo / mwisho

初め ／ 終わり

kubwa / ndogo

大きい ／ 小さい

angavu / giza

明るい ／ 暗い

kaka / dada

兄弟 ／ 姉妹

safi / chafu

清潔な / 汚い

kamilika / tokamilika

完全な ／ 不完全な

siku / usiku

日中 ／ 夜

wafu / hai

死んだ ／ 生きている

pana / nyembamba

幅広い ／ 狭い

kulika / kutolika

食べられる /
食べられない

ovu / ema

悪意のある / 親切な

sisimkwa / udhika

興奮している /
退屈している

nene / nyembamba

太った / 痩せた

kwanza / mwisho

最初に / 最後に

rafiki / adui

友人 / 敵

jaa / tupu

いっぱいの / 空の

ngumu / laini

硬い / 柔らかい

nzito / nyepesi

重い / 軽い

njaa / kiu

空腹 / 喉の渇き

mgonjwa / mwenye afya

病気の / 健康な

haramu / kisheria

違法な / 合法な

akili / kijinga

賢い / 愚かな

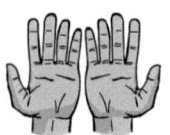

kushoto / kulia

左に / 右に

karibu / mbali

近い / 遠い

mpya / kutumika

新しい / 中古の

kitu / jambo

何もない / 何かある

zee / changa

老いた / 若い

waka / zima

オン / オフ

wazi / fungwa

開いている /
閉まっている

utulivu / kelele

静かな / うるさい

tajiri / masikini

裕福な / 貧乏な

sahihi / kosa

正しい / 間違っている

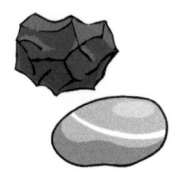

mbaya / laini

粗い / なめらか

huzunika / furahia

悲しい / 幸せな

fupi /ndefu

短い / 長い

polepole / haraka

ゆっくり / 速い

nyevu / kavu

濡れた / 乾いた

joto / baridi

温かい / 冷たい

vita / amani

戦争 / 平和

nambari

数

0

sufuri

ゼロ

1

moja

1

2

mbili

2

3

tatu

3

4

nne

4

5

tano

5

6

sita

6

7

saba

7

8

nane

8

9

tisa

9

10

kumi

10

11

kumi na moja

11

12

kumi na mbili

12

13

kumi na tatu

13

14

kumi na nne

14

15

kumi na tano

15

16

kumi na sita

16

17

kumi na saba

17

18

kumi na nane

18

19

kumi na tisa

19

20

ishirini

20

100

mia

100

1.000

elfu

1000

1.000.000

milioni

100万

Kiingereza

英語

Kiingereza cha Marekani

アメリカ英語

Kimandarini cha Uchina

中国標準語

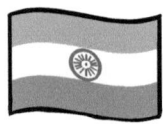

Kihindi

ヒンディー語

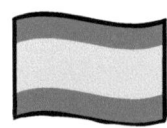

Kihispania

スペイン語

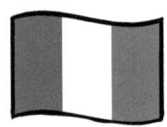

Kifaransa

フランス語

Kiarabu

アラビア語

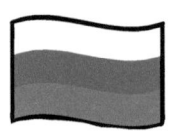

Kirusi

ロシア語

Kireno

ポルトガル語

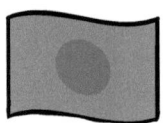

Kibengali

ベンガル語

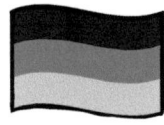

Kijerumani

ドイツ語

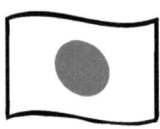

Kijapani

日本語

mimi

私

wewe

あなた

yeye / yeye / ni

彼 / 彼女 / それ

sisi

私たち

wewe

あなたたち

wao

彼ら

nani?

誰？

nini?

何？

jinsi gani?

どうやって？

wapi?

どこ？

lini?

いつ？

jina

名前

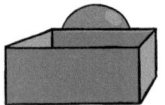

nyuma

後ろ

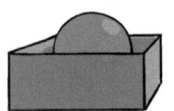

katika

中

mbele ya

前

juu ya

上

kwenye

上

chini ya

下

kando

横

kati

間

mahali

場所